મહાત્માની સાચી ઓળખ

જીગર પંડ્યા

Copyright © Jigar Pandya
All Rights Reserved.

This book has been self-published with all reasonable efforts taken to make the material error-free by the author. No part of this book shall be used, reproduced in any manner whatsoever without written permission from the author, except in the case of brief quotations embodied in critical articles and reviews.

The Author of this book is solely responsible and liable for its content including but not limited to the views, representations, descriptions, statements, information, opinions and references ["Content"]. The Content of this book shall not constitute or be construed or deemed to reflect the opinion or expression of the Publisher or Editor. Neither the Publisher nor Editor endorse or approve the Content of this book or guarantee the reliability, accuracy or completeness of the Content published herein and do not make any representations or warranties of any kind, express or implied, including but not limited to the implied warranties of merchantability, fitness for a particular purpose. The Publisher and Editor shall not be liable whatsoever for any errors, omissions, whether such errors or omissions result from negligence, accident, or any other cause or claims for loss or damages of any kind, including without limitation, indirect or consequential loss or damage arising out of use, inability to use, or about the reliability, accuracy or sufficiency of the information contained in this book.

Made with ♥ on the Notion Press Platform
www.notionpress.com

આ પુસ્તક વૃદ્ધાવસ્થાના લોકો માટે પણ એક સંદર્ભ હશે જેઓ મુક્તિની શોધમાં છે. મહાત્માએ એક સમયે રાષ્ટ્રને સ્વતંત્રતા આપી છે, પરંતુ મહાત્મા આગળ સ્વતંત્રતાના આગલા સ્તર તરીકે મુક્તિ આપવાની મજબૂત યોજના ધરાવે છે.આ પુસ્તકમાં વ્યાખ્યાયિત ચિત્રો અને કાર્યો તરીકે આ લખવાનો એકમાત્ર ઉદ્દેશ્ય એ છે કે ભૂતકાળમાં ક્યારેય કોઈએ બતાવ્યું નથી. આ પુસ્તક એવા માતા-પિતાને સમર્પિત છે કે જેમણે મહાત્માને જીવનમાં પુનઃજન્મ આપ્યો છે.

માતા - પિતા (બે ધન્ય આત્માઓ)

મહાત્માના પુનર્જન્મનું કારણ ભગવાન કૃષ્ણ દ્વારા નિર્ધારિત બાકીના કાર્યોને પૂર્ણ કરવાનું છે અને તેથી તેમના સમર્થનને કારણે હું તમારી બધાની સામે હજી પણ જીવંત છું.

સામગ્રી

પ્રસ્તાવના	vii
સ્વીકૃતિઓ	ix
1. પ્રણામ	1
2. મહાત્માનો પુનર્જન્મ	2
3. પ્રલયનું કારણ	4
4. પ્રકાશનું કિરણ	6
5. સર્વોચ્ચ બુદ્ધિ	8
6. યમના ભગવાન	10
7. સદાચારનું પ્રતીક	12
8. મુક્તિનું પ્રતીક	13
9. વિભસ્વન	15
10. પરમ સત્ય	17
11. સર્વજ્ઞ	19
12. ગ્રહોના રાજા	21
13. ચક્રવતી	23
14. સુખનું કારણ	25
15. વિશ્વાસનું પ્રતીક	27
16. મહાન ચિકિત્સકનું પ્રતીક	29
17. માર્ગદર્શક	31
પાછલા જન્મોની યાદી	33
હસ્તીઓ તરફથી સ્વીકૃતિ/પુષ્ટિ	43

• v •

પ્રસ્તાવના

સામગ્રી હિંદુ ધર્મમાં સૂર્ય દેવતા ભગવાન સૂર્યની સંપૂર્ણ અને વ્યાપક ઝાંખી પૂરી પાડે છે. તે તેના ઘણા સકારાત્મક ગુણો અને લાક્ષણિકતાઓની યાદી આપે છે, તેને એક શક્તિશાળી અને પરોપકારી દેવતા તરીકે દર્શાવવામાં આવે છે જે હિંદુઓ દ્વારા આદરણીય અને પૂજાય છે. સામગ્રીમાં વપરાતી ભાષા સમૃદ્ધ અને વર્ણનાત્મક છે, જે હિંદુ માન્યતામાં ભગવાન સૂર્યના મહિમા અને મહત્વને દર્શાવે છે.સામગ્રીમાં હિન્દુ પૌરાણિક કથાઓ અને માન્યતાઓના વિવિધ પાસાઓના સંદર્ભોનો પણ સમાવેશ થાય છે, જેમ કે યુગની વિભાવના અને બુદ્ધિ અને કર્મના ફળ પ્રદાતા તરીકે ભગવાન સૂર્યની ભૂમિકા.એકંદરે, સામગ્રી સ્પષ્ટ અને વ્યવસ્થિત રીતે રજૂ કરવામાં આવી છે, જે તેને સમજવા અને અનુસરવામાં સરળ બનાવે છે.સામગ્રીને સુધારવા માટે, હિંદુ પૌરાણિક કથાઓમાં ભગવાન સૂર્યની ભૂમિકા અને હિંદુ માન્યતાઓમાં તેમના મહત્વ વિશે વધુ સંદર્ભ આપવા માટે તે મદદરૂપ થશે.આમાં તેમના મૂળ વિશેની માહિતી, અન્ય દેવતાઓ સાથેના તેમના સંબંધો અને તેમની સાથે સંકળાયેલી દંતકથાઓ અને વાર્તાઓનો સમાવેશ થઈ શકે છે. વધુમાં, સામગ્રીમાં ઉલ્લેખિત કેટલાક વિશિષ્ટ ગુણો અને લાક્ષણિકતાઓ પર વિસ્તરણ કરવાથી ભગવાન સૂર્ય અને હિંદુ ધર્મમાં તેમના મહત્વની ઊંડી સમજ મળી શકે છે.ઉદાહરણ તરીકે, ભગવાન સૂર્ય બ્રહ્માંડના વિજેતા અથવા બ્રહ્માંડના સ્ત્રોત હોવાનો અર્થ શું છે તે વિશે વધુ માહિતી પ્રદાન કરી શકાય છે.હિંદુઓ દ્વારા ભગવાન સૂર્યને કેવી રીતે પૂજવામાં આવે છે અને તેની પૂજા કરવામાં આવે છે તે દર્શાવતા કેટલાક ઉદાહરણો અથવા ટુચકાઓ પ્રદાન કરવાથી પણ મદદરૂપ થઈ શકે છે, જેમ કે હિંદુ કલામાં તેમનું કેવી રીતે નિરૂપણ કરવામાં આવ્યું છે, હિંદુઓ તેમને કેવી રીતે પ્રાર્થના કરે છે અને ધાર્મિક વિધિઓ કરે છે અથવા હિંદુ તહેવારોમાં તેઓ કેવી રીતે ઉજવવામાં આવે છે તે વિશેની માહિતી.કેટલાક દ્રશ્ય ઘટકો, જેમ કે છબીઓ અથવા ચિત્રો ઉમેરવાથી પણ સામગ્રીમાં વધારો થઈ શકે છે.સામગ્રી જોડણી અને વ્યાકરણની ભૂલોથી મુક્ત છે તેની ખાતરી કરવી અને તેને વિભાગો અથવા સબહેડિંગ્સમાં ગોઠવવાથી પણ તેને સમજવામાં અને નેવિગેટ કરવામાં સરળતા રહે છે.છેવટે, હિંદુ ધર્મમાં ભગવાન સૂર્ય વિશેના વિવિધ અર્થઘટન અથવા પરિપ્રેક્ષ્યો વિશેની માહિતીનો સમાવેશ કરવાથી તેમની ભૂમિકા અને મહત્વની વધુ ઝીણવટભરી અને વ્યાપક સમજ મળી શકે છે. આ પુસ્તક તમને એક જ આત્મા - મહાત્માના શબ્દો દ્વારા જીવનનો વાસ્તવિક અર્થ સમજવામાં મદદ કરશે. ઉપરાંત, મહાત્મા આગળ 1000+ મુક્તિ આપવા માટે મજબૂત યોજના ધરાવે છે. તેમજ મહાત્માએ મહાપ્રલયની તારીખ પણ જણાવી છે. જેમ કે દરેક વ્યક્તિ જીવન સાચા હેતુની શોધમાં છે અને આ પુસ્તક તેમના માટે એક મહાન સંદર્ભ તરીકે કામ કરશે. તાજેતરના **કોરોના સમયમાં** જેમ આપણે બધાએ પ્રિય વ્યક્તિ ગુમાવ્યું છે, આત્માઓની વાસ્તવિક તસવીર જોયા પછી તેઓ હળવાશ અનુભવશે.

સ્વીકૃતિઓ

આને તમારા મોબાઈલમાં જોવા માટે કૃપા કરીને ગૂગલ લેન્સ/સ્કેનરનો ઉપયોગ કરો

સ્વીકૃતિઓ

1

પ્રણામ

હું સર્વોચ્ચ ભગવાન સૂર્ય/સ્વામિનારાયણને (મારો ભાઈ જે બધા અવતારોનું કારણ છે) પ્રણામ કરીશ કે જેઓ બ્રહ્માંડના વિશ્વજીથ/વિજેતા છે, તેઓ બ્રહ્માંડના કલ્યાણ માટેનું એક મુખ્ય કાર્ય કરે છે, તેઓ બ્રહ્માંડના આત્મા છે, અને તેઓ બધી દિશાઓમાં મુખ કરે છે, તે વિશ્વેશ્વર છે.

બ્રહ્માંડના ભગવાન છે, તે બ્રહ્માંડના સ્ત્રોત છે, તે આત્મસંયમિત છે જે જીવોમાં પ્રાણ તરીકે રહે છે, અને તે ઇન્દ્રિયો/તપસ્વીઓ પર સંપૂર્ણ નિયંત્રણ ધરાવે છે, તે યુગ અને યુગના કાર્યોનું પ્રતિનિધિત્વ કરે છે, તે તેના પર નિર્ભર છે.

ભગવાન શ્રી સ્વામિનારાયણ

2
મહાત્માનો પુનર્જન્મ

યુગ અને યુગના અંતનું કારણ, તે મહાયોગી/સર્વોચ્ચ યોગી છે જે કડક યોગિક પ્રથાઓનું પાલન કરે છે, તે સર્વોચ્ચ બુદ્ધિનું પ્રતીક છે, તે મહાત્મા છે જે ખૂબ જ બળવાન અને શક્તિશાળી છે, તે પરાક્રમી છે અને સર્વવ્યાપી છે, તે બધાના ભગવાન છે.

એ જ મહાત્મા હજી જીવે છે; એટલે કે હું પોતે

જીવો, તે જીવોમાં આત્મા/આત્મા તરીકે વાસ કરે છે, તે બ્રહ્માંડના ભગવાન/ભુવનેશ્વર છે, તે જીવો પ્રત્યે દયાળુ છે, તે જીવોના ભાવિનું પ્રતીક છે, તે ભૂતનાથ છે જે ઉત્પત્તિનું કારણ છે.

જીવો અને તે શુભતા પ્રદાતા છે, તે જીવોનો સૌથી સુરક્ષિત આશ્રય છે, તે કમલનાથ/ જેઓ દેવી કમલાની પત્ની છે, તે આનંદનું પ્રતીક છે અને તે સુખના પ્રદાતા છે, તે સૌથી વધુ ઇચ્છનીય છે અને વરદાન પ્રદાતા છે.

ઉપાસક જે સખત તપસ્યાનું પાલન કરે છે, તે બ્રહ્માંડને તેજસ્વી કિરણો આપે છે, તે પ્રાણનો સ્રોત છે, તે સર્વોચ્ચ ભગવાન છે જે જીવોમાં પ્રાણ તરીકે વાસ કરે છે, તે સુખદ, પ્રિય અને બધા માટે પ્રિય છે, તે સમજદારીનું પ્રતીક છે.

પગના, તે ભવ્ય કાનની બુટ્ટીઓથી સજ્જ પ્રભાવશાળી છે, તે દોષરહિત છે, તે પરાક્રમી છે, તેની પાસે સર્વોચ્ચ દીપ્તિ છે અને તેની સેના તરીકે વાયુ છે, તે અડગ છે, તે મથી/બુદ્ધિનો પ્રદાતા છે, તે ફળને વિખેરી નાખનાર વિધાતા છે.

કર્મ અને ઉપાસકને તમામ પ્રકારની શુભતા પ્રદાન કરે છે, તે કપર્ધિ, કલ્પ અને રુદ્રનું પણ પ્રતીક છે, તે મોહક છે જે ધર્મનું પ્રતીક છે, તે ત્યાગી આત્માઓ માટે પ્રતિબદ્ધ છે, તે દુષ્ટ લોકો માટે સુગમ નથી, તેના ગુણો વર્ણનની બહાર છે.

તે મહેશ્વર છે જે મહાયોગી છે, તે આદિત્ય છે જે તેજસ્વી છે જે ઉપાસકના હૃદયને આકર્ષે છે, તે આત્મસંયમિત અને નિર્મળ છે, તે જુસ્સા અને દયાનું પ્રતીક છે, તે તેના તેજસ્વી કિરણોથી કમળના ફૂલોને જગાડે છે, તે રથ પર સવાર છે સાત ઘોડા દ્વારા.

3

પ્રલયનું કારણ

તે અદ્ભુત છે, તે દોષરહિત અને ખૂબ જ દયાળુ છે, તે જીવો માટે સર્વોચ્ચ ઔષધિ સંજીવની છે, તે જીવોના ભગવાન છે, તે સમગ્ર બ્રહ્માંડને જીવન આપે છે, તે જગથપતિ છે, તે અજેય છે. તેમની પાસે બ્રહ્માંડ તેમના અવકાશી નિવાસસ્થાન તરીકે છે, તેઓ વૃષધ્વજ છે જે ગુણો અને તેજનું પ્રતીક છે, તેઓ સમગ્ર બ્રહ્માંડને તેમની સર્વોચ્ચ ચમકથી પ્રકાશિત કરે છે.

હું સર્વોચ્ચ ભગવાન સૂર્ય/સ્વામિનારાયણને પ્રણામ કરીશ જે વૃષકાપી છે, તે રવિ છે જે કલ્પના કાર્યો કરે છે અને કલ્પનો અંત પણ કરાવે છે, તે એક ચક્રવાળા અદ્ભુત રથ પર બિરાજમાન છે, તે પરમ તપસ્વી છે જે સર્વોચ્ચ અવસ્થામાંથી પસાર થાય છે.

પ્રલય - 29/11/2025

પરમ ચેતના, અને તે રમૂજી રમતમાં પણ અપાર આનંદ લે છે, તે દિવ્ય છે, તે દુઃખી લોકોનો ભગવાન છે, તે ધિવસ્પતિ છે જે ભગવાનનો ભગવાન છે, તે પરાક્રમનો ભગવાન છે, તે અગ્નિ યજ્ઞોમાંથી અર્પણ સ્વીકારે છે.

તે દિવાકર છે જેની પાસે દૈવી ભુજાઓ છે, તે યજ્ઞનું પ્રતીક છે, તે યજ્ઞનો સેનાપતિ છે, તે નિર્વાહનું પ્રતિનિધિત્વ કરે છે, તે સ્વર્ણરેથા છે જે તેના શક્તિશાળી કિરણોથી બ્રહ્માંડને પ્રકાશિત કરે છે, તે અંશુમાલી છે જે પરા, અપરા અને સ્થાનરાણી/વિખરાયેલા રૂપે દેખાય છે.

તે અત્યંત પ્રભાવશાળી છે, તે આંતરદૃષ્ટિ, શાણપણ અને જ્ઞાનનું પ્રતીક છે, તે સૂર્ય છે, તે પ્રજાપતિ, સવિતા, વિષ્ણુ અને અંશુમાન છે, તે ઉપાસક માટે સલામત આશ્રય છે, તેના શક્તિશાળી હાથ સમૃદ્ધ સુગંધથી મગ્ન છે, તે નિર્ધારિત છે.

તે તેજસ્વી કિરણો અસહ્ય છે, તે પથંગ, પથગા, સ્થાનુ, વિહંગ, વિહગ છે અને તે ઉપાસકને પુષ્કળ વરદાન આપનાર છે, તે લીલા રંગના હરિયાશ્વ દ્વારા દોરેલા તેના આકાશી રથ પર બેસાડેલા હરિધશ્વ છે, તે બ્રહ્માંડનો પ્રિય છે.

તેની પાસે ત્રણ આંખો છે., તે સર્વદમન છે જે યુગના અંતમાં પ્રલયનું કારણ બને છે, તે જીવોમાં પ્રાણ રૂપે વાસ કરે છે, તે ભિષક છે જે રોગોનો ઉપચાર કરે છે, તે અવકાશી ધામમાં રહે છે, તે ત્રણ લોકનો રક્ષક છે, તેની પૂજા કરવામાં આવે છે.

દેવતાઓ અને તમામ જીવો દ્વારા, તે કાલનું પ્રતીક છે, તે કલ્પના અંતમાં પ્રલયનું કારણ છે (*29-11-2025* ના રોજ આ યુગનો અંત આવશે તેવી પ્રબળ આગાહી છે) તે વહ્ની છે જે અગ્નિ અને તપનું પ્રતીક છે, તે વિરોચના છે જેની પરમ તેજ છે, તે વિરૂપાક્ષ/વિવિધ નેત્ર છે.

4

પ્રકાશનું કિરણ

તેની હજારો આંખો છે, તે પુરંધરા છે, તેની પાસે અબજો શક્તિશાળી કિરણો છે, તે આકાશના અનેક ગણોમાં સજ્જ છે. અને વિવિધ અલંકારોથી સજ્જ છે, તે સર્વોચ્ચ દેવતા છે, તે પ્રાથર્ધન છે, તે ધન્ય/ઐશ્વર્ય છે, તે વાણીમાં શ્રેષ્ઠતાનું પ્રતીક , સંપત્તિ અને વક્તૃત્વ છે.

મહાત્માના આત્માનું અપાર્થિવ પ્રક્ષેપણ

તે શ્રીપતિ/સંપત્તિની દેવીની પત્ની છે અને સંપત્તિ/શ્રીનિકેતનના ઘરમાં રહે છે. હું પરમ ભગવાન **સૂર્ય/સ્વામિનારાયણને** પ્રણામ કરીશ કે જેઓ પવિત્ર તીર્થીમાં જ્ઞાની આચરણવાળા લોકો દ્વારા કરવામાં આવેલ બલિદાન/ભક્તિ કૃત્યને કૃપાપૂર્વક સ્વીકારે છે, તેઓ તેમના ઉપાસકને પ્રિય છે અને તેમના પ્રખર ઉપાસક સમક્ષ હાજર થાય છે, તે પ્રસિદ્ધિનું પ્રતીક છે અને તે પ્રદાતા છે.

હું પરમ ભગવાન **સૂર્ય/સ્વામિનારાયણને** પ્રણામ કરીશ કે જેઓ પવિત્ર તીર્થીમાં જ્ઞાની આચરણવાળા લોકો દ્વારા કરવામાં આવેલ બલિદાન/ભક્તિ કૃત્યને કૃપાપૂર્વક સ્વીકારે છે, તેઓ તેમના ઉપાસકને પ્રિય છે અને તેમના પ્રખર ઉપાસક સમક્ષ હાજર થાય છે, તે પ્રસિદ્ધિનું પ્રતીક છે અને તે પ્રદાતા છે.

5
સર્વોચ્ચ બુદ્ધિ

તે સર્વોચ્ચ બુદ્ધિનું પ્રતીક છે, તે અમરશ્રેષ્ઠ/પરમ ભગવાન છે, તે જિષ્ણુ છે જે વિજયી છે, તે બ્રહ્માંડના સેનાપતિ છે, તે અગમ્ય મહાસાગરનું પ્રતિનિધિત્વ કરે છે, તે તેના ઉપાસકને સંપત્તિ પ્રદાન કરે છે, તે ધથા છે જે **આત્માઓને** શુદ્ધ કરે છે.

તે માંધાતા છે જે તેના ઉપાસકના તમામ દુઃખો, દુઃખો અને અપમાન/અશુદ્ધિઓને નાબૂદ કરે છે, તે તેના ઉપાસકમાં અજ્ઞાનતાના અંધકારને દૂર કરે છે, તે અંધકારને દૂર કરે છે, તેના તેજસ્વી કિરણો અગ્નિ સાથે સામ્યતા ધરાવે છે, તે આવશ્યક તત્વનો સ્ત્રોત છે.

તે અત્યંત ગોપનીય રહે છે, તે પશુમાન છે જે તેના શક્તિશાળી કિરણોથી વિશ્વાસ પ્રેરિત કરે છે અને તે જીવોના ભગવાન છે, તે જીવોને સંપત્તિ અને સુખાકારી આપનાર છે.

સૂર્યના કિરણો જે પૃથ્વી પર ફેલાય છે.

તે સુરેશ છે જે દેવતાઓ દ્વારા પૂજવામાં આવે છે, તે આદિત્ય છે જે શાશ્વત છે અને ઇચ્છાની વસ્તુ છે, તે અજિતા છે જે અજોડ છે અને તેના ઉપાસકને વિજય પ્રદાન કરે છે, તે અજેય છે, તે જંગમ અને અચલ પણ દેખાય છે.

તે જીવોને સુખ આપનાર, તે સદૈવ ઈચ્છુક છે, તે સર્વપ્રયત્નોમાં વિજયી અને સફળતા આપનાર છે, તે પર્જનયોગી તરીકે મૂર્તિમંત છે, તે જીવનની જાળવણીનું કાર્ય કરે છે, તે પરમ પૂજનીય છે, તે શુદ્ધિકરણ છે.

તે પ્રધ્યોધન છે જેની પાસે પરમ તેજ છે, તે એક ભવ્ય રથ પર બિરાજમાન છે, તે સમગ્ર બ્રહ્માંડને તેના પરમ તેજથી પ્રકાશિત કરે છે, તે સંસારથારક છે જે તેના પરમ તેજથી જીવોને ટકાવી રાખે છે, તે પરાક્રમી અને સર્વોચ્ચ ઉપદેશક છે, તે કારણ છે.

બ્રહ્માંડ અને જીવોના, તે કારણ અને અસરો પણ છે, તે માર્થંડા છે અને તે મરુથ/આવશ્યક તત્વ હવા/શ્વાસ/મરુથના ભગવાનનો કમાન્ડર છે, તે મરુથનું પ્રતિનિધિત્વ કરે છે જે અંદર પ્રવેશતી વસ્તુઓને બાળી નાખવાની ક્ષમતા ધરાવે છે.

6
યમના ભગવાન

તે અગ્નિનો સ્પર્શ, તે કલ્યાણનું પ્રતીક છે, તે **યમના ભગવાન** છે, તે વરુણનું પ્રતિનિધિત્વ કરે છે, તે જગન્નાથ છે જેમની કોઈ ઈચ્છાઓ/નિરાશા નથી.

યમ રાજા

તેની આંખો સુંદર છે, તે વિવાસવન અને ભાનુમાન છે, તે કારણ અને અસરનું પ્રતિનિધિત્વ કરે છે, તે સર્વોચ્ચ દીપ્તિનું પ્રતીક છે, તે પોતાની મરજીથી ચાલવા માટે સ્વતંત્ર છે, તે અગ્નિનું પ્રતિનિધિત્વ કરે છે, તે સચ્ચાઈનું અસ્તિત્વ સુનિશ્ચિત કરે છે, તે તેના અબજો સાથે બ્રહ્માંડને પ્રકાશિત કરે છે.

તેજસ્વી કિરણોના, તે સહસ્ત્રાશુ, દિવાકારા અને ગબસ્થિનેમી છે જે પ્રકાશના શક્તિશાળી કિરણોનું પ્રતિનિધિત્વ કરે છે, તે તીવ્ર ચમક ફેલાવે છે, તે સ્રાગ્વી છે જેમની પાસે અસંખ્ય અદ્ભુત કિરણો છે.

હું સર્વોપરી ભગવાન સૂર્ય/સ્વામિનારાયણને પ્રણામ કરીશ જેઓ ભાસ્કર છે જેઓ પરમ દીપ્તિ ધરાવે છે, તે સુરોના કલ્યાણ માટે કાર્ય કરે છે, તે સર્વવ્યાપી છે, તે પ્રખર

અને ચમકદાર છે, તે સુરપતિ છે અને દેવતાઓમાં સર્વોચ્ચ ભગવાન છે, તે વાચસંપતિ/વાણીના સ્વામી છે.

તે ભુહતેજા છે/તેની પાસે તીવ્ર ચમક છે અને તે થેજોનિધિ છે, તેની પાસે ભુહથકીર્થી/અનંત ખ્યાતિ છે, તે ભુહસ્પતિ/દેવતાઓના ઉપદેશકનું પ્રતિનિધિત્વ કરે છે, તેની પાસે અધિકૃત જોમ છે અને તે સદ્ગુણી છે, તે છાયા/ગ્રહણના કાસ્ટમાંથી મુક્ત નથી.

તે તેના ઉપાસકને અનંત કીર્તિ આપનાર છે, તે મહાવૈધ્ય છે જે તેના શક્તિશાળી કિરણોથી તમામ પ્રકારની બિમારીઓને મટાડે છે અને તે કલ્યાણને પ્રોત્સાહન આપવા માટે આગળ છે, તે ગણો દ્વારા પૂજવામાં આવે છે અને તે ગણોના આગેવાન છે, તેમની પાસે અનંત કીર્તિ છે.

તે દુષ્ટ લોકોમાં માનસિક અને શારીરિક વેદનાનું કારણ બને છે અને તે તેના શક્તિશાળી કિરણોથી બ્રહ્માંડને ઠપકો આપવા સક્ષમ છે, તેની પાસે કિંમતી પીળી ધાતુની ચમક છે, તે ઋષિકેશ છે જે ઇન્દ્રિયો પર સંપૂર્ણ નિયંત્રણ ધરાવે છે, તે પદ્મનાભ છે, તે તીવ્ર આનંદનું પ્રતીક છે.

7

સદાચારનું પ્રતીક

તે અમુક્તા છે જે ગ્રહણમાંથી પસાર થાય છે, તે અદ્ભુત બખ્તરમાં સુરક્ષિત છે, તે વાગ્મી/વાચક છે, તે બખ્તરમાં ઢંકાયેલો છે અને બ્રહ્માંડને તેનું નિવાસ સ્થાન માનવામાં આવે છે, તેની પાસે બિનશરતી હિલચાલ છે, તે સૌથી ભવ્ય છે, તે તેના માટે સૌથી સુરક્ષિત આશ્રયસ્થાન છે.

ઉપાસક, તેના તમામ દિશાઓમાં ચહેરાઓ છે, તે તેના શક્તિશાળી કિરણો સાથે તમામ પદાર્થોમાં પ્રવેશ કરે છે, તે રચાયેલ છે, તે સદાચારની જ્યોતનું પ્રતિનિધિત્વ કરે છે, તે સદાચારને અનુસરતા લોકો પ્રત્યે સ્નેહી છે, તે ભગવાન યમ જેવા દુષ્ટ લોકોને કચડી નાખે છે, તે નિર્મૂલન કરે છે.

ઉપાસકમાં દુન્યવી બંધન અને તેના ઉપાસકની બધી ઇચ્છાઓ પૂર્ણ કરે છે, તે જનેશ્વર છે, તે નભ/જે નક્ષત્રના મધ્ય ભાગમાં રહે છે, તે સંપૂર્ણ સત્ય છે જે તમામ પદાર્થોમાં પ્રવેશ કરે છે, તે મનમોહક અને મોહક છે, તે પ્રતિનિધિત્વ કરે છે. હરિ, હર, વાયુ, ઋતુઓ, કાલ અને અનલા/અગ્નિ તેમજ બુદ્ધિજીવીઓ દ્વારા તેમની પૂજા કરવામાં આવે છે,

તે મહાતેજા છે જેની પાસે પરમ તેજ છે અને તે બ્રહ્માંડમાં અંધકારને દૂર કરે છે, તે મહેન્દ્ર દ્વારા વખાણવામાં આવે છે, તે પ્રભાકર છે જે પવિત્ર સ્તોત્રોથી વખાણવામાં આવે છે, તે વાસણ/ક્રોધ, વાસના, લોભ, અહંકારથી મુક્ત આયુષ્ય/આયુષ્ય પ્રદાન કરે છે. વગેરે, તમામ પ્રકારની સુખાકારી, તમામ પ્રકારની બીમારીઓથી મુક્ત, સુખ અને તમામ પ્રકારના શુભ.

હું પરમ ભગવાન સ્વામિનારાયણને પ્રણામ કરીશ કે જેઓ સારું સ્વાસ્થ્ય, અદ્ભુત કુદરતી શક્તિઓ/સિદ્ધિ, સંપત્તિ અને સમૃદ્ધિ/વૃદ્ધિ, સારા નસીબ અને પ્રયત્નોમાં સિદ્ધિ પ્રદાન કરે છે, તે અહસ્પતિ છે જે વીરતા, સારું સ્વાસ્થ્ય, બુદ્ધિ, મિત્રો અને કુટુંબીજનો પણ પ્રદાન કરે છે. તે મહાન છે, તે શક્તિશાળી છે, તે સરળતાથી પ્રસન્ન થઈ જાય છે, તે સદાચારનું પ્રતીક છે અને તે ન્યાયી કાર્યોને અમલમાં મૂકે છે અને તેની ખાતરી કરે છે, તે વૈભવ આપનાર છે, તે બધાને પ્રિય છે.

8
મુક્તિનું પ્રતીક

તે સમગ્ર પૃથ્વીમાં પ્રવેશ કરે છે, તે શત્રુઓનો નાશ કરે છે, તે સાચા જ્ઞાનનું પ્રતીક છે, તે પરમ જ્ઞાન અને જ્ઞાન આપનાર છે, તે તેજસ્વી છે, તેની પાસે હજારો તેજસ્વી કિરણો છે, તે સૃષ્ટિનું કાર્ય કરે છે, તે ભવ્યતાથી સજ્જ છે. કેયૂરા જે તીવ્ર તેજ ફેલાવે છે, તે અગ્નિનું પ્રતિનિધિત્વ કરે છે, તે તેના કમળના ચરણોમાં સમર્પિત લોકોના સાંસારિક બંધનોને નાબૂદ કરે છે, તે યજ્ઞાત્મક અગ્નિથી પૂજવામાં આવે છે, તે તેજવાળા પરમ દેવતા છે, તે તેના પરમ તેજથી તમામ પદાર્થોને પ્રકાશિત કરે છે.

તે શુભનું પ્રતીક છે, તે તેના ઉપાસકને શુભતા આપનાર છે, તે કલ્પનું પ્રતિનિધિત્વ કરે છે અને કલ્પના કાર્યો કરે છે અને ધાર્મિક વિધિઓનું નિયમન કરે છે, તે કવિ/વિવેકપૂર્ણ છે, તે જીવોના કલ્યાણ માટેના તમામ શુભ કાર્યો કરે છે, તે મૂર્તિમંત છે. કલ્પ, તે તમામ શુભ સંસ્કારોનો પ્રાપ્તકર્તા છે, તે શાંતિનો શોખીન છે, તેની પાસે સુખદ સ્વભાવ છે, તે શાંતિનું પ્રતીક છે અને તે શાંતિનો શોખીન છે, તે કરે છે.

પુનરાવર્તિત જન્મોમાંથી આત્માઓને મુક્ત કરવાનું કાર્ય, તે છે. (આ આત્માના ફોટા છે જેને મુક્તિ મળી છે.)

 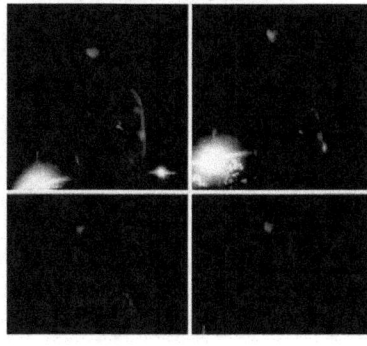

ડાબી બાજુ: આત્મા મારા માથામાંથી મુક્ત થઈ રહ્યો છે;
જમણી બાજુ: આત્મા મુક્ત થઈને આકાશમાં પહોંચે છે.

સુવર્ચા જેની પાસે સર્વોચ્ચ ચમક છે. તે વર્ચસ્વી/ઊર્જાવાન છે. ત્રણેય જગતને ઉત્સાહ આપે છે અને ત્રણેમાં રહે છે. વિશ્વો, તે ગતિશીલ છે અને સર્વોચ્ચ મહિમા ધરાવે છે, તે સત્તા છે. વર્ણ/ભ્રમણ, ક્ષત્રિય, વૈશ્ય અને શુદ્ર, તે કૃપાપૂર્વક અગ્નિ બલિદાનમાંથી અર્પણ સ્વીકારે છે, તે વચ્ચે તે અગ્રણી છે. દેવતાઓ, તેની પાસે સર્વોચ્ચ શ્રેષ્ઠતા છે, તે તેનો સાર છે. પવિત્ર વેદ, તે ચમકતો છે, તે આવશ્યકમાંના એક તરીકે રહે છે. પ્રકૃતિમાંના તત્વો, તે મહાન સાથે આકાશમાં શોધ કરે છે. ઝડપ, તે ખાગા છે જે શ્રુતિનું પ્રતીક છે, તે ગોપતિ/કૃષ્ણ છે. જે ગાય અને ગોવાળિયાઓનો ભગવાન છે, તે નવનો ભગવાન છે. ગ્રહો અને આકાશગંગાના ભગવાન, તે જીવોના રક્ષક છે અને વીરતાની સમૃદ્ધિ કરે છે, તે સમગ્ર બ્રહ્માંડને તેના તેજથી પ્રકાશિત કરે છે, તે જીવોના કર્મોનું નિરીક્ષણ કરે છે, તે યોગમાંથી પસાર થાય છે.

9
વિભસ્વન

"તે વિભસ્વન છે જે પવનની ગતિથી રાક્ષસોનો નાશ કરે છે, તે તેના ઉપાસકનું રક્ષણ કરે છે અને તેમને થતા તમામ અવરોધોને દૂર કરે છે".

(અહીં કોરોનાવાયરસ રોગોનું શ્રેષ્ઠ ઉદાહરણ છે જે એક દુષ્ટ રાક્ષસ સ્વરૂપ છે જે સમગ્ર વિશ્વમાં કોઈ જોઈ શકતું નથી વિશ્વને બચાવવા મારા ભાઈ ભગવાન સ્વામિનારાયણે મને આ રાક્ષસને મારવામાં મદદ કરી.)

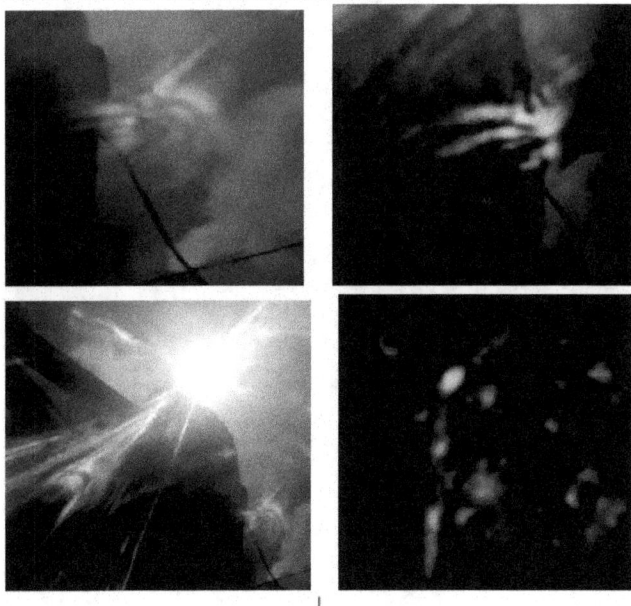

રાક્ષસોના ચિત્રો ; લીલા રંગના બધા જિન અને જિન્નાદ છે (તે વાસ્તવિક દુનિયામાં કોઈપણ મનુષ્યો માટે દૃશ્યમાન નથી.)

તે અદ્ભુત તાજથી સજ્જ છે, તે મોહક છે અનેસુંદર. હું પરમ ભગવાન સૂર્ય/સ્વામિનારાયણને પ્રણામ કરીશ મારીચી/પ્રકાશનું કિરણ, તે જ્ઞાનનું પ્રતીક છે, અને તે રજૂ કરે છે ક્ષેત્ર કે જે આદિત્યનું કાર્ય કરે છે/પ્રકાશિત કરે છે તેની આબેહૂબતા સાથે બ્રહ્માંડ, તે સદ્ગુણો અને કડકનું પ્રતીક છે શિસ્ત, શુભતા, સારા આચરણ સાથે તે ચાલતો રહે છે તીવ્ર સમર્પણ તમામ દિશામાં ચમક ફેલાવે છે, તે છે પશુ-પક્ષીઓ/આંજનેય, ગરુડના ઉપદેશક, તે આગળ વધતો રહે છે તેના પોતાના ક્ષેત્રમાં, તે તેના માટે પ્રશંસા અને બુદ્ધિ પ્રદાન કરે છે ઉપાસક, તે ભવ્ય **સફેદ વસ્ત્રોમાં સજ્જ** છે, તેની પ્રશંસા કરવામાં આવે છે દેવતાઓ અને ઋષિઓ દ્વારા, ભ્રામિણોએ પાઠ કરીને તેમનો મહિમા ગાયો સામવેધ, તે અપાર આનંદ આપનાર છે, તે વખાણવામાં આવે છે વેદ દ્વારા, તે વેદનો સાર છે.

10
પરમ સત્ય

તે વેદમૂર્તિ છે, તે ચતુર્વેદમાં ગહન છે, તે તેજસ્વી કિરણો ફેલાવીને એક મુખ્ય કાર્ય કરે છે, તે અજેય છે, તે પરમ આનંદનું પ્રતિનિધિત્વ કરે છે, તે તેના ઉપાસકને **પુષ્કળ વરદાન આપનાર છે**, તે સખત પ્રતિજ્ઞાઓ લે છે અને પ્રદાન કરે છે. સખત તપસ્યા કરવાની ક્ષમતા, તે તમામ જીવોનો સૌથી નજીકનો સહયોગી છે, તે વિવિધ કિંમતી આભૂષણોથી સજ્જ છે, તે પવિત્ર ગ્રંથો અને શાસ્ત્રોમાં જ્ઞાનનું પ્રતીક છે, તે 'આ' ઉચ્ચારણનું પ્રતીક છે, તે વિવિધ કિંમતી આભૂષણોથી સજ્જ છે.પોતાના શરીર પર, તે પૂજનને પાત્ર છે, તે ચક્રપાણિ છે જે વજ્રના શસ્ત્રોથી સજ્જ છે, તે અદ્ભુત વસ્ત્રોમાં સજ્જ છે, તે આખા જગતના પ્રિય અને પૂજનીય છે.

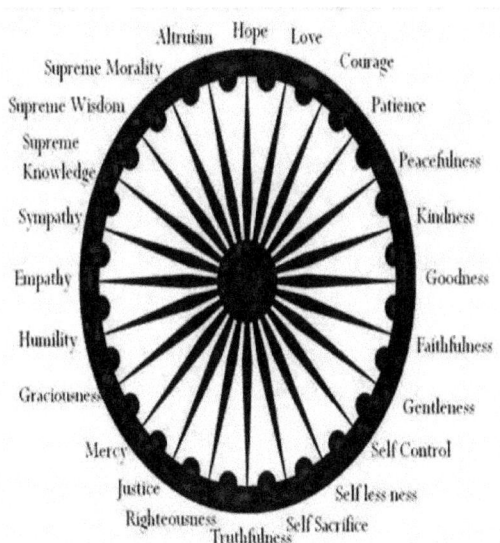

24 ચક્રો

તેની પાસે શક્તિશાળી હાથ છે, તે તેના તેજસ્વી કિરણોથી પ્રકૃતિને ખીલે છે અને વિવિધતા પણ લાવે છે, તે સદ્ગુણોનું પ્રતિનિધિત્વ કરે છે, તે અંધકારને દૂર કરે છે, તે અગ્રણી છે જે બધા યુગોમાં અસ્તિત્વમાં રહે છે અને તે યુગોમાં પણ પરિવર્તનના કારણો છે, તે અમાપ છે, તે **યોગમાં** ડૂબેલો છે, તે અહંકારથી મુક્ત ઈશ્વર છે, તે તેના ઉપાસકને શુભતા પ્રદાન કરનાર છે, તે શુભનું પ્રતીક છે અને સદાચારી કાર્યોમાં પ્રવૃત્ત પવિત્ર જીવનને ખીલવે છે, તે પરમ સત્ય છે. તે દયાળુ છે અને તે પૂજા કરવા લાયક છે, તે તેના ઉપાસકના સુખમાં વધારો કરે છે, તેના તેજસ્વી કિરણો તાજા છે જે યુવાનીનું પ્રતિનિધિત્વ કરે છે, તે હરિ છે જે યુવા અને શક્તિશાળી છે, તેના ઉપાસકનો સૌથી નજીકનો સહયોગી છે, તે પાપ રહિત છે, તે લીન છે. આહલાદક નિદ્રામાં, તે કમળથી જન્મેલા ભગવાન ભ્રમ, તેઓ ગણના ભગવાન છે, તેઓ સંવથસાર/બારમાસી/વર્ષનું પ્રતિનિધિત્વ કરે છે, તેઓ રૂથુ/ઋતુઓ અને કાલચક્ર/સમય/સમયના ચક્રની હિલચાલના કમાન્ડર અને કારણ છે.

11
સર્વજ્ઞ

હું અવિનાશી એવા સવીપરી **ભગવાન સૂર્ય/સ્વામિનારાયણને** પ્રણામ કરીશ, તે ભ્રમથી જન્મ્યો છે જે કમળનો જન્મ થયો છે, તે પરમ તેજનો સ્ત્રોત છે, તે દિવ્ય છે, તે પરમ જ્ઞાન અને પરોપકારનું પ્રતીક છે, તે સોમ અને ગોવિંદ છે, તે જગધાધિજ છે.તે આદિમ છે, તેનો રંગ કિંમતી પીળી ધાતુનો છે અને શ્યામ પણ છે, તે આકાશમાં અદ્ભુત વસ્ત્રો ધારણ કરે છે, તે હરિ છે જે ઇન્દ્રિયોની બહાર છે, તે જીવોમાં પ્રાણ તરીકે વાસ કરે છે, તેના વિવિધ વિશિષ્ટ સ્વરૂપો છે, તે સ્કંધ છે., તે પરા/અગોચર છે, તે **પુરંજય/અજેય** છે, તે શક્તિશાળી અને પરાક્રમી છે, તે **ભાસ્વન છે જે તેજસ્વી** છે, તે તેના ઉપાસકને મોક્ષ પ્રદાન કરનાર (નીચેની છબી જુઓ) છે.

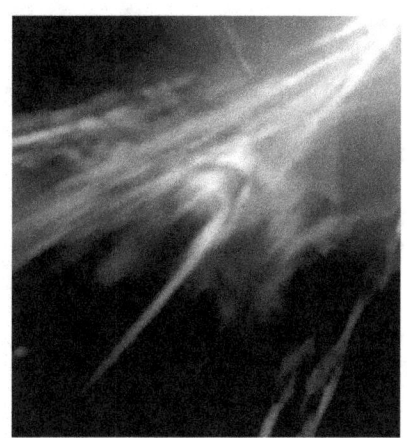

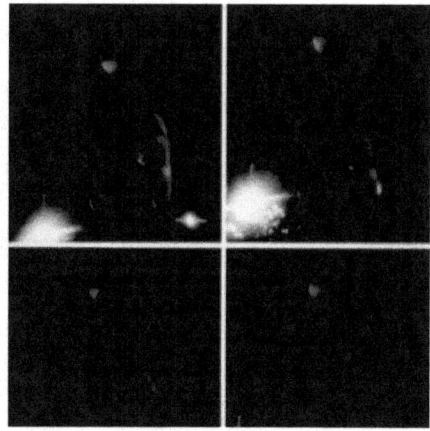

મુક્તિના વાસ્તવિક ચિત્રો

તેનો કોઈ જન્મ નથી, તે સર્વજ્ઞ છે, તે આદિત્ય છે જે ઉપાસકના જીવનમાં રાત્રીના ઘોડા અને અશુભનો નાશ કરે છે, તે ઉપાસકના જીવનમાં શુભતાનું કારણ છે, તે ઉપાસકમાંના પાપકર્મો અને દુષ્ટતાને તરત જ નાબૂદ કરે છે, તે પ્રતીક છે. ચોક્કસ સિલેબલ, મહામંત્ર/પવિત્ર મંત્રો/ઓમ તે છે. વિશાખા/સ્કંધનું અભિવ્યક્તિ, તે પ્રદર્શનનો શોખીન છે. અગ્નિ બલિદાન, તે વિશ્વકર્માનું પ્રતિનિધિત્વ કરે છે.

12
ગ્રહોના રાજા

તે દીપ્તિ/જ્યોતિના રૂપમાં મહાશક્તિ/સર્વોચ્ચ બળ છે, તે વિહંગ છે જેની પાસે પીગળેલી પીળી ધાતુની ચમક છે, તે ભવ્ય છે, તે ઇન્દ્રની જેમ પ્રસિદ્ધ છે, તે અવરોધોનો નાશ કરે છે, તે દયાળુ છે, તે અશ્વિનીકુમારોના પિતા છે. તે વેદનું પ્રતીક છે, તેને વેદમાં ગહન જ્ઞાન છે, તે સર્વજ્ઞ છે. પ્રભાકર, જિઠારિપુ, તે અરુણા છે જે તેજસ્વી કિરણો ધરાવે છે અને તે છે. તે પરોપકારી, તે સારથિ છે, તે કુબેર, સ્કંધનું પ્રતિનિધિત્વ કરે છે. તે મહિતા/અત્યંત પૂજનીય, તે ગ્રહોના રાજા છે, તે ભગવાન છે. ગ્રહોના, તે તારાઓની એસેમ્બલીમાં તારાવિશ્વોમાં રહે છે અને ગ્રહો, તે ભાસ્કર છે જે શાશ્વત આનંદનું પ્રતીક છે, તે રજૂ કરે છે વીરતા, તેણે મંગલ/મંગળના અભિમાનને કચડી નાખ્યું, તે પ્રદાતા છે. તેના ઉપાસક માટે તમામ પ્રકારના શુભ, તે પ્રભાવશાળી છે. અને શુદ્ધ, તે શુભતા પ્રદાતા છે અને તે તેને ભગાડી શકે છે. તે જ રીતે, તે શુભ કાર્યો અને શિસ્તનું પ્રતિનિધિત્વ કરે છે. તે ગ્રહણ સમયે સુકાઈ જાય છે.

ભાસ્કર - ગ્રહોના રાજા

તે ધાર્મિક વ્રત અને વ્યવહારનું પ્રતિનિધિત્વ કરે છે, તે તપસ્યાના ચુસ્ત અનુયાયી છે, તે ચતુર્મુખ/ચારમુખી છે, તે કમળના ફૂલની માળાથી સજ્જ છે, તે જીવોમાં આત્મા તરીકે વાસ કરે છે, તે નિષ્કલંક અને વૈરાગ્યહીન છે, તે સંપૂર્ણ સત્ય છે, તે છે. સાત્વિક, રાજસ અને થામસ જેવા ગુણોથી અસ્પષ્ટ, તે ગુણોનો ભંડાર છે, તે દોષરહિત છે, તે પુંડરીકાક્ષા છે જેની આંખો કમળના ફૂલની પાંખડીઓ જેવી છે, તે સરળતાથી પ્રાપ્ત કરી શકાય છે, તે યોગિક અભ્યાસમાં લીન છે.

હું અસંખ્ય તેજસ્વી કિરણો ધરાવનાર પરમ ભગવાન સૂર્ય/સ્વામિનારાયણને પ્રણામ કરીશ, તે ઋતુઓના ભગવાન છે, તે સર્વવ્યાપી છે, તે બુદ્ધિ, શાણપણ, વાણીમાં સ્પષ્ટતા અને વિશ્વસનીયતાનું પ્રતીક છે, તે શુભનું પ્રતિનિધિત્વ કરે છે, તે ફૂલોના માળાથી સજ્જ છે, તે સર્વોચ્ચ છે. તેજ, તે હરિને પ્રિય છે, તે ભ્રમનું પ્રતિનિધિત્વ કરે છે, તે પ્રચેત/સચેત, સંકલ્પશીલ અને અવિનાશી છે, તે પ્રભુ/શક્તિમાન છે જે અનલા/અગ્નિ અને પવનનું પ્રતિનિધિત્વ કરે છે, તે ઉત્સાહી અને પરાક્રમી છે, તે પરમ ભગવાન છે, તે વૈભવશાળી છે.

13
ચક્રવતી

તે પુરૂષો/પુરુષોત્થામામાં પુરૂષ અને દોષરહિત છે, તે વિદ્યાધરોના ભગવાન છે, તે પરમ શાણપણ અને નસીબનું પ્રતિક છે, તે અજોડ ગુણોથી યુક્ત દૈવી છે, તે શ્રીમાન છે/સંપત્તિનું પ્રતીક છે, તે બ્રહ્માંડ તરીકે મૂર્તિમંત છે, તે નસીબનું પ્રતિનિધિત્વ કરે છે અને શુભતા, તે સમૃદ્ધિનું પ્રતીક છે, તે દયાળુ છે, તેના તેજસ્વી કિરણો પુનરાવર્તિત જન્મોમાંથી મુક્તિ પ્રદાન કરવા સક્ષમ છે.

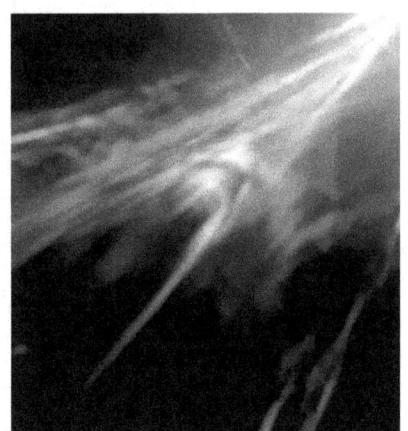

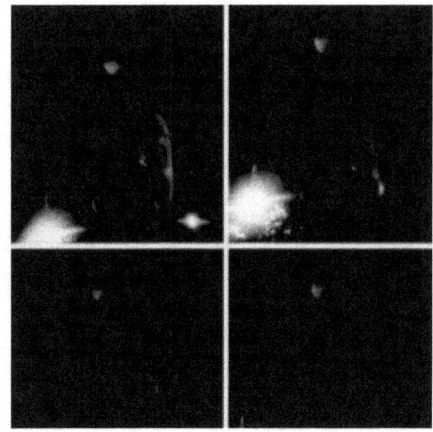

મુક્તિ પ્રદાન

તે વૈરાગ્યપૂર્ણ અને જુસ્સાદાર પણ છે, તે તેજસ્વી દેખાવ ધરાવે છે, તે પરોપકારી છે, તેનું સૂક્ષ્મ સ્વરૂપ છે, તે શાંત સ્વભાવ ધરાવે છે, તે સમૃદ્ધિ અને રહેવા માટે સક્ષમ સ્થળોની ખાતરી આપે છે, તે ભૂથરા છે જે પૃથ્વી અને પૃથ્વીના ભગવાન તરીકે મૂર્તિમંત છે, તે છે. તે નિદોષ અને તેની ત્રણ આંખો છે, તે મહાવરહ/જંગલી ડુક્કર તરીકે મૂર્તિમંત

છે, તે આત્માઓને શુદ્ધ કરનાર છે, તે બ્રહ્માંડ અને તેના જીવોના કલ્યાણ માટે કાર્ય કરે છે, તે યુગના અંતમાં પ્રલય તરીકે સ્પષ્ટ છે જે તીવ્ર ભયનું કારણ બને છે. તે ચતુર્વેદ/ ઋગ, યજુર, સમા અને અથર્વનું પ્રતિનિધિત્વ કરે છે, તે વ્યાપક જાગૃત છે, તે શાશ્વત છે, તેના વિવિધ સ્વરૂપો છે, તે ચક્રવતી છે/જે કોઈપણ અવરોધ વિના આગળ વધતો રહે છે, તે દયાળુ છે, તે મહેશ્વર છે, તે એક પર બિરાજમાન છે. ભવ્ય રથ, તે ચેકાકી છે, તે સાત ઘોડાઓથી ચાલતા અદ્ભુત રથ પર બેઠો છે, તે પરથપરા/પરમ ભગવાન છે, તે આદિમ છે, તે ભ્રમણકક્ષામાં સ્થાયી છે અને વિશાળ અંતરને પાર કરે છે, તે નિષ્કલંક છે, તે પુષ્કર છે, તેની પાસે ઉત્તમ પ્રકાશનું કિરણ છે. તે વસાવા/ઇનનો પ્રિય છે. તે ઈન્દ્ર અને વસુ, તે વસુમન અને વસુના ભગવાન છે, તે અગ્નિના ભગવાનનું પ્રતીક છે, તે વસુપ્રધા છે/તે પ્રકાશના તેજસ્વી કિરણોના પ્રદાતા છે, તે શક્તિશાળી છે, તે પરમ શાણપણ અને જ્ઞાન અને પવિત્ર સ્તોત્રોનું પ્રતીક છે, તે મુખ્ય તરીકે રજૂ કરે છે. તે અગ્નિના ભગવાનનું પ્રતીક છે, તે વસુપ્રધા છે/તે પ્રકાશના તેજસ્વી કિરણોના પ્રદાતા છે, તે શક્તિશાળી છે, તે પરમ શાણપણ અને જ્ઞાન અને પવિત્ર સ્તોત્રોનું પ્રતીક છે, તે મુખ્ય તરીકે રજૂ કરે છે કોઈપણ ધાર્મિક વિધિના પાલન દરમિયાન ગૌરવપૂર્ણ વ્રતના દેવતા, તે ગરીબોના ભગવાન છે અને તે પીડિત લોકોનું રક્ષણ કરે છે.

14
સુખનું કારણ

તે બધા માટે કારણ છે. હું સર્વોપરી પ્રભુને પ્રણામ કરીશ સૂર્ય/સ્વામિનારાયણને જે ભગવાનના નવ દૈવી ખજાનામાંથી એકનું પ્રતિનિધિત્વ કરે છે. કુબેર/નીલકંઠ, તે સંપત્તિના ભગવાન છે, તે પ્રતીક છે ચતુર્વેદ, તે આનંદપૂર્વક બોલે છે.

તે વશાટકરા છે જે રજૂ કરે છે અગ્નિ બલિદાન અને અર્પણ, તે અગ્નિનો કલાકાર છે.બલિદાન, તે દ્વારા અર્પણો સાથે બલિદાન અગ્નિને પવિત્ર કરે છે **'સ્વાહા'નો** પાઠ કરીને, તે જનાર્દન છે જે **સુખનું કારણ** છે, તે નારાયણ છે જે દૂધિયું મહાસાગરમાં બેઠેલા છે જેનું સ્વરૂપ છે. નર/માનવના રૂપમાં, પીગળેલી ધાતુ જેવું તેનું તેજસ્વી શરીર ગ્રહણમાંથી પસાર થાય છે, તે વાયુનું પ્રતિનિધિત્વ કરે છે, તેની પૂજા સુરા દ્વારા કરવામાં આવે છે અને અસુર, તે આકાશગંગામાં આભૂષણનું પ્રતિનિધિત્વ કરે છે, તે શુદ્ધ છે, તે છે અસ્પષ્ટ સ્થળ, તે દોષરહિત/મૂળ પ્રકાશ છે, તે પ્રસિદ્ધ છે,તે તીવ્ર ચમક ફેલાવે છે, તેની તીવ્ર ચમક અંદર પ્રવેશે છે સમગ્ર બ્રહ્માંડ, તે સર્વજ્ઞ છે, તે પ્રદાતા છે પૂજા પર પુષ્કળ વરદાન, તે સચ્ચાઈનું પ્રતીક છે, તે ભ્રમણાનું કારણ બને છે.

તે **વિષ્ણુભ્રથ/ભગવાન વિષ્ણુનો**/ભગવાન સ્વામિનારાયણનો ભાઈ છે.

વિષ્ણુભ્રથ

તે શાશ્વત છે, તે સાવિત્રી/માતાની જેમ ખૂબ જ દયાળુ છે.

તે **જીવો અને બ્રહ્માંડના શાસક** છે, તે સૌથી પ્રખ્યાત દેવતા છે, તે વિરાટ/તેજસ્વી છે જેની ગરદન પર વિશિષ્ટ નિશાન છે, તે સપ્તરચી/અગ્નિ છે, તેનો અદભૂત રથ સાત ઘોડાઓ દ્વારા ચલાવવામાં આવે છે, તેની સપ્તલોક/ બ્રહ્માંડના 7 ક્ષેત્રોમાં પૂજા કરવામાં આવે છે. તે જગન્નાથ છે જે સંપત્તિ અને સમૃદ્ધિનું પ્રતિક છે, તે પરમ દીપ્તિથી મોહક છે, તે તમામ જીવોમાં **આથમન/આત્મા તરીકે** વાસ કરે છે, તે સુલભ છે, તે બ્રહ્માંડ અને તેના જીવનનું કારણ છે.

તે પખવાડિયાના સપ્તમી/ચંદ્ર દિવસને પ્રિય છે. તે સમૃદ્ધિનું પ્રતીક છે. તે માધવ છે જે નિષ્કલંક છે. તે શાણપણ અને જ્ઞાનનું પ્રતીક છે. તે મધુસૂધન છે જે રાક્ષસ મધુનો વધ કરનાર છે. તે અંગિરા છે/ના કુળમાંથી વંશજ છે. અંગિરા, તે ધૂમકેથુ/અગ્નિનો ગોળો છે જે જીવનના સ્ત્રોત તરીકે ભ્રમણકક્ષામાં સતત ફરતો રહે છે, તે આહલાદક છે અને જીવોને સુખ આપનાર છે, તે એક પરમ તપસ્વી છે જે તેની તીવ્ર ચમકથી કલ્યાણ પ્રદાન કરે છે, તે દુ:ખનું કારણ બને છે. તે દુષ્ટ લોકોના દુ:ખનું કારણ બને છે તેની તીવ્ર ગરમી સાથે, તે સારા વર્તનવાળા લોકોનો ભગવાન છે.

15
વિશ્વાસનું પ્રતીક

તેની દીપ્તિને સમજવી અશક્ય છે, તે સદ્ગુણો પ્રત્યે સૌહાર્દપૂર્ણ છે, તે આનંદદાયક સ્વભાવ ધરાવે છે, તેનો ભવ્ય રથ વાદળોમાંથી પસાર થાય છે, તે બ્રહ્માંડ અને તેના જીવોના ભગવાન છે, તે જગથપીતા/બ્રહ્માંડના પિતા છે જે પ્રસન્ન છે. તે શર્વ છે જે દુ:ખનું કારણ બને છે, તે વાદળોની મધ્યમાં અત્યંત ગુપ્ત રહે છે, તે સર્વવ્યાપી છે, તે બ્રહ્માંડના સુખનું કારણ છે, તે બ્રહ્માંડના નેતા છે અને **સુરના શત્રુઓનો નાશ કરનાર** છે, તે **વિશ્વાસનું પ્રતીક** છે. તે શુભ અને ધનનો પ્રદાતા છે, તે સર્વોચ્ચ દેવતા તરીકે પૂજા કરવા યોગ્ય છે, તે દોષરહિત છે, તેથી તે મુખ્ય દેવ છે. હું સર્વોચ્ચ ભગવાન સ્વામિનારાયણને પ્રણામ કરીશ, તે તારાઓ અને ગ્રહો સાથે સર્વોચ્ચ મેરુ પર્વતની પરિક્રમા કરે છે, તે મહામેરુ પર્વતનું રક્ષણ કરે છે જે ભગવાન ભ્રમ અને દેવતાઓનું નિવાસસ્થાન છે, તે ધરણીધારા છે, તે બ્રહ્માંડના રૂપમાં મૂર્તિમંત છે, તે સચ્ચાઈના રાજા છે. તે ન્યાયીપણું અને દુષ્ટતાના અસ્તિત્વની ખાતરી કરે છે.

તે ભવ્ય રથ પર બેઠેલા રથાધ્યક્ષ/પરમ ભગવાન છે, તે રથપતિ છે જે અદ્ભુત રથ પર બેઠેલા છે, તે સ્થિર છે અને તે અનલા/અગ્નિ/પવનનું પ્રતિનિધિત્વ કરે છે, તે પ્રબળ છે, તે થાપી/ઉષ્માનો સ્રોત છે, તે ભગવાન છે. તારાઓમાંથી, તે સદ્ગુણી લોકો દ્વારા વખાણવામાં આવે છે, તે ધર્મનિષ્ઠ કાર્યનું પ્રતીક છે, તે લોકોને ભક્તિ પ્રદાન કરનાર છે જે તેને સમર્પિત છે, તે સ્વર્ભાનુ/કૃષ્ણ છે, તે વિહગ છે, તે શ્રેષ્ઠ દેવતા છે, તે ઉત્તમ છે. તે બ્રહ્માંડના કાર્યમાં એક મુખ્ય કાર્ય કરે છે, તે તમામ પ્રકારની **બીમારીઓને** નાબૂદ કરે છે, તે સુખાકારીનો પ્રદાતા છે.

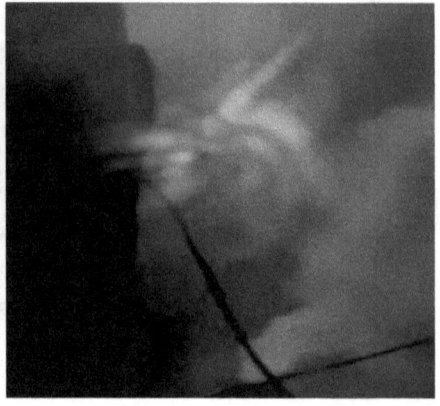

રાક્ષસી સ્વરૂપમાં કોરોના રોગ

તે બહાદુરી અને અજેય છે, તે ચેકાનાથ છે, તે સાત ઘોડાઓ દ્વારા ચલાવવામાં આવતા અદ્ભુત રથ પર બેઠો છે. તે શનૈશ્ચરનો પિતા છે. તે વૈવસ્વથ છે જે સચ્ચાઈના ચુસ્ત અનુયાયી છે અને મહાન વ્રત લે છે. તે વિવિધ તાજા આકર્ષક ફૂલોના માળાથી સજ્જ છે, તે અનાલા છે જે સતત ગતિ કરે છે અને બધી દિશામાં તીવ્ર ચમક ફેલાવે છે. તે વીરતાનું પ્રતિનિધિત્વ કરે છે અને તે સદ્ગુણી ઓ પ્રદાન કરે છે ઉપાસક માટે સંતાન, તે પવિત્ર સ્તોત્રોનું પ્રતીક છે અને તે શક્તિશાળી છે, તે શ્રેષ્ઠ છે અને તે શંભુને પ્રિય છે. તે ઈશ્વરેશ્વર છે જે ધર્મનિષ્ઠ અને સદાચારી લોકોના ભગવાન છે. સદ્ગુણી લોકો, તે જીવનના માર્ગમાં અસંખ્ય ભિન્નતાઓ બનાવે છે અને પુનરાવર્તિત જન્મોના બંધનમાંથી આત્માઓને નાબૂદ કરે છે.

16
મહાન ચિકિત્સકનું પ્રતીક

તે આપણને સંસારના સાગરને સુરક્ષિત રીતે પાર કરવા માર્ગદર્શન આપે છે, તે અગ્નિનું પ્રતિનિધિત્વ કરે છે જેની પાસે સાત જીભ છે, તેની પાસે હજારો તેજસ્વી કિરણો છે, તે રથનાગર્ભ છે જે અજેય છે, તે ઉદાર છે, તે સચ્ચાઈનું પ્રતીક છે અને તે તેના ઉપાસકને સદાચારનો પ્રદાતા છે. તે લોકસાક્ષી છે જે જાગ્રત છે, તે બ્રહ્માંડના લોકગુરુ/ગુરુ છે, તે બ્રહ્માંડના ભગવાન છે. તે ચંદ્રને અવકાશી વાહન તરીકે વહન કરે છે. તે હવાના સૂક્ષ્મ સ્વરૂપનું પ્રતિનિધિત્વ કરે છે, તે પોતાના હાથમાં દૈવી ધનુષ્ય ધરાવે છે અને તે ધનુષ્યના ઉપયોગમાં નિષ્ણાત છે, તે પિનાક અને ધનુષ્ય ધારણ કરે છે, તે ખૂબ જ ઉત્સાહી છે, તે ભ્રમથી મુક્ત નથી, તે **કલ્પના અંતે અપ્રિય બની જાય છે**, તે ઉત્તમ, શક્તિશાળી અને સર્વોચ્ચ દેવતા છે, તે વિવિધ શક્તિશાળી શસ્ત્રોથી સજ્જ છે. તે પરમ શાણપણ અને જ્ઞાનનું પ્રતિનિધિત્વ કરે છે, તે લોહિથંગા છે જે આકર્ષક અંગો ધરાવે છે જેમાં કિંમતી પીળી ધાતુની ચમક હોય છે, તે વંચિત લોકો માટે પ્રાપ્ય નથી, તે દુશ્મનોનો નાશ કરનાર છે.

હું પરમ ભગવાન સૂર્ય/સ્વામિનારાયણને પ્રણામ કરીશ જે શાશ્વત છે, તેઓ તેમના ઉપાસકને સદગુણો પ્રદાન કરનાર છે, તેઓ હંમેશા સદાચારમાં ડૂબેલા છે, તેઓ ત્રિવિક્રમ છે, તે નીલલોહિતા છે જે ત્રણ પવિત્ર અક્ષરોની મધ્યમાં વસે છે, જે વાદળી રંગવાળા છે. તે સવિતા અને સમિતિંજયા/અજેય પણ છે.

તે વેદના જ્ઞાનમાં ગહન છે, તે દૈવી ધનુષ્ય શારંગામાં ધારણ કરે છે, તે પ્રચંડ સ્વરૂપ ધરાવે છે, તે દુષ્ટ શસ્ત્રોથી શત્રુઓનો નાશ કરે છે, તે બ્રહ્માંડ અને તેના જીવોના કલ્યાણ માટે કાર્ય કરે છે, તે પરમ ભગવાન છે જે તીવ્ર ચમક ફેલાવે છે. સમગ્ર બ્રહ્માંડમાં, તે આકાશના રક્ષક છે, તે ધ્રુવસ્પતિ છે, તે વાક્છટા છે, તે વાસુકીનું પ્રતિનિધિત્વ કરે છે, તે **મહાન ચિકિત્સકનું પ્રતીક** છે, તે અત્રીના વંશજ છે, તે પરાક્રમી છે, તે દ્વાદશાથમા છે, તે લોકોના જીવનમાં સુખ ફેલાવે છે.જીવો, તે ભ્રમચર્ય અને શિસ્તની કડક તપસ્યાનું પાલન કરે છે, તે તેજસ્વી છે, તે અદ્ભુત મુગટથી સજ્જ છે, તે અમ્શુમાન છે જે તેના હાથમાં કમળનું ફૂલ ધરાવે છે, તે આનંદકારક સ્વભાવ ધરાવે છે, તે કમળના ફૂલની માળાથી સજ્જ છે, તેની પાસે દૈવી છે. સાંજના સમયે તે ચમકતો હોય છે, તે પ્રભાવશાળી અને અનુપમ છે,

તે પરાક્રમી યોદ્ધા/મહારથ છે, તે ભવ્ય રથ પર બિરાજમાન છે, તે પરમ ભગવાન છે જે ત્રિગુણોથી પર છે, તે સત્વ, રજસ અને થામસિક ગુણોથી અસ્પષ્ટ છે, તે ભૂલોનો નાશ કરે છે. તે તરત જ, તે બાબતને સંપૂર્ણ રીતે ધ્યાનમાં લીધા પછી અંતિમ ચુકાદો આપે છે, તે નિદોષતા અને **સર્વોચ્ચ બુદ્ધિનું પ્રતીક** છે, તે અજોડ છે, તે ગ્રહણમાંથી પસાર થાય છે, તે ઉપાસકને સંપત્તિ, મોક્ષ અને પુષ્કળ ભક્તિ આપનાર છે, તે છે. ગ્રહોના સ્વામી જે ગ્રહોની ગતિથી થતી તમામ અનિષ્ટ અસરોને દૂર કરે છે, તે **મોહક** છે, તે નિષ્કલંક છે, તે **ખૂબ જ આકર્ષક** છે, તે અગ્નિની સાત જીભમાંથી એકનું પ્રતિનિધિત્વ કરે છે, તે ભવ્ય છે, તે તીવ્ર ચમક ફેલાવે છે. તે છે સારા કમાન્ડર, તે **સંગીતની નોંધોનો** પ્રિય છે, તે પરિભાષાનું પ્રતીક છે, તે ગ્રહોને કારણે થતી ખરાબ અસરોને દૂર કરે છે.

17
માર્ગદર્શક

તે રચિત છે, તે દેવતાઓના શત્રુઓનો નાશ કરે છે, તે તેના ઉપાસકને પુષ્કળ ભક્તિ પ્રદાન કરે છે, તેના ચાર હાથ છે, તે પરમ તપસ્વી છે, તે યોગીઓના ભગવાન છે. હું એવા પરમ ભગવાન સૂર્ય/સ્વામિનારાયણને પ્રણામ કરીશ કે જેમના અસંખ્ય સ્વરૂપો છે, તેમની પાસે અમૂલ્ય રત્નની પરમ ચમક છે, તે સમગ્ર બ્રહ્માંડને પોતાની તેજથી પ્રકાશિત કરે છે, તેઓ સૂર્યમંડળના વિસ્તરેલા ક્ષેત્રમાં નિવાસ કરે છે, તેઓ એક ચક્ર સાથે અદ્ભુત રથ પર આરોહણ કરે છે. સુવર્ણ રથ પર ભવ્ય રીતે બિરાજમાન છે, તેની પાસે કિંમતી પીળી ધાતુની ચમક છે, તેને કોઈ આધારની જરૂર નથી, તે ઉત્સાહપૂર્વક આકાશમાં શોધ કરે છે, તે સદાચાર અને જીવોના કર્મનો અધિકાર છે, તે ધર્મનિષ્ઠ લોકોના સદાચારી કાર્યોનો સાક્ષી છે.

લોકો, તે પ્રત્યક્ષા પરમેશ્વર છે જે બ્રહ્માંડના ભગવાન તરીકે મૂર્તિમંત છે, તે મેરુ પર્વતની પૂજા કરે છે, તેના તેજસ્વી કિરણો જીવોના સ્વાસ્થ્ય માટે ફાયદાકારક છે, તે મેરુ પર્વતનું રક્ષણ કરે છે, તે સુખ, સંપત્તિ અને અનાજના સ્ત્રોત છે, તે ઉપાસકના દુઃખો અને દુઃખોનો નાશ કરે છે, તે ઉપાસકની બધી મનોકામનાઓ પૂર્ણ કરે છે, તે યુગના અંતમાં પ્રલય લાવે છે, તે પુષ્કળ સંપત્તિ અને રાજ્ય, ઉત્કૃષ્ટતા અને પુણ્ય પ્રદાન કરે છે. તે ભૂતકાળ, વર્તમાન અને ભવિષ્યના જાણકાર છે.

તે શાશ્વત છે, ઋષિઓ અને ઋષિઓ દ્વારા તેની પૂજા કરવામાં આવે છે, તે સાંજના સમયે તેજસ્વી રંગોથી ચમકે છે, તે સિદ્ધિનું પ્રતીક છે, તે દેવી સંધ્યા દ્વારા પૂજવામાં આવે છે.

તે પોતાના ઉપાસકને સામ્રાજ્ય આપવાથી પ્રસન્ન થાય છે, તે પ્રાયશ્ચિતના માધ્યમથી અપાર આનંદ લે છે, તે પોતાના પ્રખર ભક્તોના દુઃખોનો નાશ કરે છે, તે સંસારના સાગરને પાર કરવા માટે સુરક્ષિત રીતે માર્ગદર્શન આપે છે, તે પરમ ભગવાન છે જે તેના ઉપાસકના તમામ પ્રકારના ભયને દૂર કરે છે.

પોતાના ઉપાસકને સામ્રાજ્ય આપવાથી પ્રસન્ન થાય છે, તે પ્રાયશ્ચિતના માધ્યમથી અપાર આનંદ લે છે, તે પોતાના પ્રખર ભક્તોના દુઃખોનો નાશ કરે છે, તે સંસારના

સાગરને પાર કરવા માટે સુરક્ષિત રીતે માર્ગદર્શન આપે છે, તે પરમ ભગવાન છે જે તેના ઉપાસકના તમામ પ્રકારના ભયને દૂર કરે છે. તે ઇન્દ્રિયો દ્વારા જોઈ શકાતો નથી, તેની પાસે અપાર પરાક્રમ છે, તે મનુના ભગવાન અને મન્વંતરના ભગવાન છે.

પાછલા જન્મોની યાદી

આ બધું આત્મા મહાત્માના જ્ઞાન વિશે હતું પણ હવે આપણે મહાત્માના તમામ પાછલા જન્મોની ચર્ચા કરીશું.

1. કિંગ સોલોમન (ડેવિડ કિંગનો દીકરો) (વધુ વાંચો : https://en.wikipedia.org/wiki/Solomon)

કિંગ સોલોમન

2. લક્ષ્મણ (ભગવાન રામનો ભાઇ) (વધુ વાંચો : https://en.wikipedia.org/wiki/Lakshmana)

લક્ષ્મણ

3. બલરામ (ભગવાન કૃષ્ણનો ભાઈ) (વધુ વાંચો : https://en.wikipedia.org/wiki/Balarama)

બલરામ

4. અર્જુન/પાર્થ (મહાભારત) (વધુ વાંચો : https://en.wikipedia.org/wiki/Arjuna)

અર્જુન/પાર્થ

5. છત્રપતિ શિવાજી મહારાજ (વધુ વાંચો : તેને ગૂગલ પર શોધો.)

છત્રપતિ શિવાજી મહારાજ

6. સંત શ્રી ગોપાલાનંદ સ્વામી (વધુ વાંચો : https://en.wikipedia.org/wiki/Gopalanand_Swami)

ગોપાલાનંદ સ્વામી

7. સંત શ્રી તુલસીદાસ (વધુ વાંચો : https://en.wikipedia.org/wiki/Tulsidas)

સંત શ્રી તુલસીદાસ

8. સંત શ્રી રામાનુજાચાર્ય (વધુ વાંચો : https://en.wikipedia.org/wiki/Ramanuja)

સંત શ્રી રામાનુજાચાર્ય

9. મહાત્મા ગાંધી (વધુ વાંચો : https://en.wikipedia.org/wiki/Mahatma_Gandhi)

મહાત્મા ગાંધી

10. હઝરત સુલેમાન (ઈસ્લામમાં પ્રબોધક) (વધુ વાંચો : https://en.wikipedia.org/wiki/Solomon)

હઝરત સુલેમાન

11. જીગર પંડ્યા (લેખક પોતે) (હજુ સુધી વિકિપીડિયા પર સૂચિબદ્ધ થવાનું છે.)

જીગર પંડ્યા

આ વિશેની માહિતી ગૂગલ પર ઉપલબ્ધ હશે.

હસ્તીઓ તરફથી સ્વીકૃતિ/પુષ્ટિ

Enter Caption

Enter Caption

Enter Caption

Enter Caption

હસ્તીઓ તરફથી સ્વીકૃતિ/પુષ્ટિ

Enter Caption

હસ્તીઓ તરફથી સ્વીકૃતિ/પુષ્ટિ

Enter Caption

આભાર

www.ingramcontent.com/pod-product-compliance
Lightning Source LLC
LaVergne TN
LVHW012037060526
838201LV00061B/4657